# கவிதை சாரல்

## இயற்கையின் காரிகை

ஏலே பதிப்பகம்

**கவிதை சாரல்**
ஆசிரியர் ©**இயற்கையின் காரிகை**

முதற்பதிப்பு 2021
பக்கங்கள் 55



ISBN 978-93-5533-056-7

புத்தகம் வெளியிடு
ஏலே பதிப்பகம்
**aelaypublish@gmail.com**
phone – 9944992571

Aelay Publish
www.aelaypublish.com

## முன்னுரை:

க என்ற ஒற்றை வார்த்தைக்கு விதை போட்டு
கவிதைகளை கற்பனை கொண்டும்
ரசித்த காட்சிகள் கொண்டும் இனிய மொழியாம்.
தமிழோடு கொஞ்சம் அலங்கரித்த வார்த்தைகளை
வரிகளாக மாற்றி படைத்திட்ட கவிதைகளை
காகிதம் பக்கம் கொண்டு வந்து சேர்த்த
அழகிய கவி சாரலின் தொகுப்பு....

●

பூமியாக நான்
கண்ணில் கண்ட
முதல் தெய்வம்
என்னை பெற்றவர்களை தானே...
பூமி சுழன்று கொண்டே இருக்கிறதாம்...
எங்களுக்கென நீங்களும்
சுழன்று கொண்டே தானே
இருக்கிறீர்கள் ஓயாமல்...
புவி ஈர்ப்பு விசையாய்
உங்கள் ஈர்ப்பு விசை முழுதும்
எங்களை சார்ந்தது தானே...
பசுமை நிறைந்த வாழ்க்கை
எங்களுக்கு அளித்திட ..
உங்கள் வாழ்வில் நீங்கள் கண்ட போராட்டம் தான்
எத்துணை...
பூமி பக்குவத்துடன் சுழல்வது போல
நீங்களும் எங்களுக்காக பக்குவத்தோடு சுழன்று பசுமை
நிரைக்கிறீர்களே
எங்கள் வாழ்க்கையை
இயற்கை சூழ்ந்த பூ தோட்டமாய்
மாற்றுகிறீர்களே..
எதற்காகவும் நடுங்கிடா
நீங்கள் கூட
எங்களுக்கென ஒரு இடையூறு வரும்பொழுது கொஞ்சம்
நடுக்கம் காண்கின்றீர்களே...
அதில் நாங்களும் கொஞ்சம் நடுங்கி
போகின்றோமே...

பாசத்தை அள்ளி மழையாய்
பொழியும்போதும்...
எரி மலையாய்
வெடிக்கும் போதும்
எங்களை விட்டு
பிரியாமல்
உடன் துணையாய் இருக்கின்றீர்களே...
பூமி தாங்கும் மரம்
கெட்ட காற்றை உள் வாங்கி
நல்ல காற்றை கொடுப்பது போல...
எங்களுக்குள் இருக்கும்
கெட்டதை அழித்து
நல்லதை புகுத்துகிறீர்களே...
உங்களை விட
சிறந்தவர் எங்களுக்கு
உலகில்
யாரோ...!

●

பூமியாகிய நான் ஒருபோதும்
மறுத்ததில்லை...
விதையை விதைப்பிக்க...
நான் ஒரு போதும் வெறுத்ததில்லை
பாரம் சுமந்திட...
ஒரு போதும் முகம் சுளித்ததில்லை
மழை நீரை
ஏந்திட...
ஒரு போதும் தவறியதில்லை
என் கடமையை செய்திட...
ஒரு போதும் சலைத்ததில்லை நீரை
பெருக்கிட......
ஒரு போதும் தடுத்ததில்லை
என்னுள் நீங்கள் வாழ்ந்திட...
எத்துணை உயிரினங்கள்...
அதில் எத்துணை நிறங்கள் கொண்ட
மனிதர்கள்...
எத்துணை உயிரற்ற செயற்கை
உபகரணங்கள்...
அனைத்தையும் ஒரு போல தானே
சுமக்கிறேன் நான் ...
வேறுபாடு என்பதே
எனக்குள் இல்லை.....
சாதி மதம் பார்த்ததில்லை...
இனம் பார்த்து சுமக்கவில்லை...
இயற்கையின் சீற்றங்களால்
அழிந்திடும் போது
துடிக்கும் இதயம்...

வடிக்கும் கண்ணீர்
ஏனோ
என் இயற்கை வளங்களை
அளிக்கும்போது துடிக்கவில்லை...
என்னுள் நிலத்தை காட்டிலும்
நீர் தான் அதிகம்
என...

எத்துணை முறை காயம் செய்கிறீர்கள் என்னை ..
இருந்தும் என் கண்ணீரை நீராக பரிசளித்தும்...
நெகிழி கொண்டு...
மாசு நிறைந்த
புகை கொண்டும்..
நச்சு தன்மை நிறைந்த
நீர் கொண்டும்
மேலும் மேலும் என்னை மாசு படுத்தி
அதிலும் நீங்கள் சந்தோசம்
காண்கிறீர்கள்...

நான் என் மண்ணின் துணை கொண்டு
நீரின் சக்தி கொண்டு
பிறப்பித்து
உங்களுக்கான தூய காற்றாய் பரிசளிக்க நினைத்த
அம்மரங்களையும்...
நிர்வாணமாக்கி
விரகுகளாக மாற்றி...

அடுப்பெரிக்கவும்..
உங்களுக்கான சொகுசு வாழ்க்கைக்கு
உபயோகிக்கவும். செய்திடுகிறீர்கள்...
என்னை
அழிப்பதில்
எத்துணை இன்பம்
உங்களுக்கு...

எனக்கு ஒளி கொடுக்க
வரும் சூரிய ஒளியை
திருடி கொள்கின்றீர்கள்..

நான் சரியான அளவில்லாது
கொஞ்சம் அதிகம் சுற்றினாலும்...
என் கடமையை செய்யாது
வேலை நிறுத்தம் செய்தாலும்..
உங்களை போன்று நானும்
ஒரு நாள் ஓய்வெடுத்தாலும்...

உங்களின் அகம்பாவங்களுடன் நீங்களும் என்
மண்ணுக்குள் தான்
புதைவீர்கள் ..
சில சமயங்களில் என் கோவத்தை
நில நடுக்கம் கொண்டும்...

சுனாமி போன்ற பேரலை கொண்டும்
காண்பித்த போதும்
ஏற்று கொள்ள
மறுக்கிறீர்களே...

இயற்கை அன்னையாய் நான் பரிசளித்த காற்றை கொன்று
செயற்கை காற்றுக்காக
காத்து நிற்கின்றீர்களே...

அதை மறந்து ஆட்டம் போடுகிறீர்கள்...
மானிட பதர்களே
உங்களை சுமக்க
நான் வெட்கும்
நிலை வரும்...

அன்று அழித்திடுவேன்
மொத்தமாய் உங்களை...
நிலையில்லா வாழ்வை வாழும்
நீங்கள் இம்மண்ணில் போடும்
ஆட்டத்தை காட்டிலும்...
நிலை கொண்ட நான் போடும் ஆட்டம்
காணும் காலம் வரும்...

அன்று மொத்தமாய் ஒடிங்கிடும் உங்கள் அனைவரின்
ஆட்டங்களும்...
அதற்குள் மாற்றி கொள்ளுங்கள்
உங்கள் குணங்களை..
காத்திடுங்கள் இயற்கை
வளங்களை...

இது எனக்குள்ளே வாழ்ந்து
என்னையே அழிக்க என்னும்
சில மனிதர்களுக்கு மட்டுமே
சமர்ப்பணம்....

●

மொழிகளின் மொழியாம்
இனிய மொழியாம்
அது நாம் பேசும்
புன்னகை மொழியாம்...
அந்த மொழிக்கு சாதி
மதம் தெரியாது ..
ஊர் நாடு கிடையாது...
ஆனால் எங்கும் பேசும்
சிறந்த மொழி...

புன்னகைக்க தெரியா மனிதன் இல்லை...
யாரும் கற்று கொடுத்தும் அந்த மொழி பிறப்பதில்லை ....
மரணத்தை வென்ற பிரசவத்தில்
பிள்ளை பூமுகம் கண்ட தாயின் புன்னகைக்கும்...
விளைவித்த நெல்லை
கையில் எடுத்து
கண்ணீரோடு புன்னகைக்கும்
விவசாயியின் புன்னகைக்கும்
ஈடு இணை இல்லை.
பூக்களின் புன்னகை தான்
நம் கண்களை கவர்ந்து இழுக்கிறது...
தினம் சுட்டெரிக்கும் புன்னகையாய்
சூரியனின் புன்னகை தான்
விடியலை தருகிறது..

இரவின் புன்னகை தான் நிலவின்
ஒளியாய் பூமியை அலங்கரிக்கிறது...
வானின் புன்னகை தான்
சிதறிய நட்சத்திரங்களாக தோரணமாகிறது...
மரத்தின் புன்னகை தானே நமக்குள் சுவாசமாய் ஆயுள்
கூட்டிடுது...

புன்னகை தானே நமக்கும்
விலங்குகளுக்கும்
வேற்றுமை சொல்லிடுகிறது...
விளக்க முடியா உள்ளத்து
பல வலிகளையும்
கண்ணீரோடு ஒரு துளி
புன்னகை விளக்கிடுமே...

பூவிதலில் படர்ந்திருக்கும்
பனி துளியை காட்டிலும்...
நம் உதடுகளில் படரும்
புன்னகை தானே
அழகியல் நிறைந்தது...

புன்னகையில் தான் எத்துணை வகைகள்..
மழலை புன்னகை
ஆனந்த புன்னகை
காதல் புன்னகை
வெட்க புன்னகை
கவலை புன்னகை
ஏளன புன்னகை
கடமை முடித்து
வென்றிட்ட
வெற்றிபுன்னகை என...

எந்த புன்னகையும் தனித்து இல்லை..
அந்த புன்னகை நமக்குள்ளும் ஊடுருவி
மற்றவர்களுக்கும்
பகிர்ந்திடுகிறது...
வீட்டு கண்ணாடி கூட
ஒவ்வொரு நாளும்
ஏங்க தானே செய்கிறது
நாம் வீசும் சிறு புன்னகைக்காக ..
புன்னகையை பொன்னகையோடு
ஒப்பிடுகின்றனர்...
உண்மைதான்

பொன்னகை அணியா
மனிதனும்
புன்னகையில் அழகு தானே...

அறிமுகம் இல்லா உயிரும்
புன்னகை பூ தூவி
நட்பு காதல் என்ற.உறவுக்குள்
உயிராவதும் இந்த அழகிய புன்னகையில் தானே...

மற்றவர்களுக்கு பரிசு கொடுக்க
பொன் பொருள்
இல்லாத போதும்...

உள்ளத்து பரவசத்தை உதட்டின் வழி
அலங்கரிக்கும் விலை மதிப்பில்லாத
புன்னகை பரிசளித்தால்
பல காயம் கொண்ட இதயமும்
கொஞ்சம் ஆறுதல் கிடைக்குமே..
வாழ்க்கை என்பது சிறியது தானே..

அதில் அங்கங்கே நாம் சிதறவிடும்
சிரிப்பில் தானே
மலர்கிறது
பல உறவுகள்..

ஆகவே கொஞ்சம் அதிகம் உதிர்த்து விட்டு போங்களேன்...
மனதை நோகடிக்கா
அழகிய புன்னகையை...
ஏளனமாய் பார்த்து புன்னகைத்தவறையும்
உன் புன்னகை நிறைந்த
வாழ்வை கொண்டு
பதிலளி..
புன்னகை எவ்வளவு மகத்தானது
என.அவர்களும்
அறிந்து கொள்ளடடும்...

பிஞ்சு மழலையே...
உன் பாதம் கண்ட என் வீட்டு
பூக்கள் எல்லாம்
பொறாமை கொண்டு
தலை குனிந்து போகிறது...
நீ வளர்ந்த உன் வனப்பை கண்ட
ஆடவரின் இதய பூக்கள்
பொறாமையில் களவு போகிறது...
மஞ்சள் கயிறு ஏறிய பொறாமையில் மாலையில் இருந்த
பூக்கள்
பொறாமையில்
பொசுங்கி போகிறது...

பிள்ளை பெற்றும்
குறையா உன் அன்பும் அழகும் கண்ட பூக்களும் பொறாமை
கொண்டு
உன் தலை ஏற மறுக்கிறது.
இப்போது நீ வாடி மடிந்து விட்டாய்
என்று புன்னகையில்
பூக்களும் கொஞ்சம் வண்ணதோடு வந்திடுகிறது
கல்லறை பூக்களாய்...(மலர் வளையமாய்)

ஆசைகள்...
எனக்குள் புதைந்த ஆசைகள் பல...
பிறந்த ஆசைகள் சில...
ஆசைப்பட தகுதி வேண்டுமா என்ன...
ஏழை பணக்காரன் என்ற
வித்தியாசம் ஆசை பார்ப்பதில்லயே...
பேராசை பெரு நஸ்டமாம்...
ஆனால் ஆசை இல்லா
மனிதன் இல்லையே ..
எனக்கு வயதாகலாம்...
மடிந்தும் போகலாம்...
என் ஆசை மடியுமா...
ரோஜாவின் இதழின் மென்மை கொஞ்சம் கடன் வாங்கிட
ஆசை...
அதன் வண்ணங்களை எல்லாம் திருடி
என் எண்ணங்களில் நிரைத்திட ஆசை...
மல்லிகை பூவின் மணமாய் மாறிட ஆசை...
முல்லை பூவாய் என்றும் மொட்டாக வாழ்ந்திட ஆசை...
தாமரை மலராய்
இறைவன் பாதம் போக ஆசை...
சாமங்கி பூவாய் மாலையோடு சேர்ந்திட ஆசை...
சூரியனின் ஒளியை திருடிடும்
சூரிய காந்தியாய் தலை நிமிர்ந்து நின்று விட ஆசை...
கண்கவரும் வண்ண மலராய் பிறப்பெடுக்க ஆசை...
இப்பூவுலகில் பூவாய்
புன்னகை நிறைக்க ஆசை...

கற்பனை உலகம்...
இது என் கனவு உலகம்...
நான் மட்டும் வாழ்ந்திடும் அதிசய உலகம்...
இது ஏழைகள் இல்லா உலகம் தான்...
இது ஆதரவற்றோர் இல்லம் இல்லா
நாடு தான்...
விவசாயம் மட்டும் தொழிலாய் கொண்ட ஊரு தான்...
உறவுகள் அனைத்தும் ஒரே குடும்பமாய் வாழும் வீடு தான்...
இயற்கை வளங்கள் நிறைந்த அழகிய பசுமை சாலை தான்...
காதி உடை அணியும் பண்பாடு தான்...
சாதி மதம் இல்லா
அழகிய இடம் தான்...
நோயில்லா வாழ்வாம்..
கட்டணமில்லா கல்வியாம்...
போதும் என்ற மனமாம்...
இங்கு பணத்தை கண்டு பழகுபவர்கள் இல்லையாம் ...
பாசத்தினால் மட்டும் பிணைக்க பட்டவர்களாம்...
இது என் கற்பனை உலகம் தான்...
அதில் என்றும் வாழ்ந்திட ஆசை தான்..

●

ஒரு நாளும் கண்டதில்லை.
கண் விழிக்கும் நேரம்
என் தந்தையை வீட்டில் ..
தேடி தான் திரிவேன் வீடு முழுதும்...
நாளடைவில் புரிந்து கொண்டேன்
அவரது தினசரி ஓட்டத்தை...
பள்ளி இருக்கும் திசை கூட அறியாத ஆண்மகன்...
ஆனால் கணக்கில் புலியாய் இருக்கும் ரகசியம் மட்டும்
இதுவரை அறிந்திடவில்லை நான்...
என் படிப்பிற்கு என்று பணம் ஒதுக்கிட....
அவர் உணவுக்கு நேரம் ஒதிக்கிடவில்லை ..
என் வாழ்கையில் நான் விழுந்திட கூடாதென்று
எத்தனை முறை அவர் விழுந்திருக்கிறார் என்ற கணக்கு
கூட அறியேன் நான்....
அவரின் கண்கள் ஒரு முறை கூட என் முன்
கலங்கியதில்லை...
ஆனால் நான் அறியாமல்
எத்துணை முறை கலங்கினாரோ.அதனையும் நான்
அறியேன்...
நான் அறிந்ததெல்லாம் அவர் எனக்காக பாடுபடும் அந்த
வலி மட்டுமே...
அதையும் என்னிடம் வெளி காட்டிட மாட்டார்....
சட்டென கோவத்தில் சுடு வார்த்தை
ஒன்று பேசினாலும்
சிறு நிமிடங்களில் என்னை அழைத்து சென்றிடுவார்...
பக்கத்து இனிப்பு பண்ட கடை நோக்கி..
படிப்பிலும் குணத்திலும் அவரை இதுவரை
நோகடித்ததில்லை...
கேட்கும் முன் எனக்கு எல்லாம் செய்த
என் தந்தை..

திருமணம் என்ற பந்தத்தையும் சிறந்தபடி
செய்வார் என்ற நம்பிக்கையோடு எந்த ஆடவரிடமும்
நெருங்கிடவில்லை...
அவருக்கு நான் தரும் ஒரே சந்தோசம் அவர் கஷ்டபட்டு
வளர்த்த வளர்ப்பு வீண் போகவில்லை என்பது தான்..
ஆகவே...
புகுந்த வீட்டிலும்
என் தந்தை பேர் கெடாமல் இருக்க...
விட்டு கொடுத்தே போவேன்...
அவர் வாழ்நாளில்.எனக்காக வருந்தாத படி...

காத்திரு என்று சொல்லி சென்றவனே...
இன்னும் நீ விட்டு சென்ற
இடத்தில் தான்
நான் காத்திருக்கிறேன்
என்பதை நீ
உணரவில்லையோ...

●

அன்பின் அடைக்களமாய் என்னை பிறப்பித்த இறைவனே...
உனக்கு என் மேல் என்ன கோபமோ...
நான் ஆசைபடுவதை போல
எதையும் நீ அமைத்து தரவில்லை..
இருப்பினும் அதனையும் ஏற்று கொண்டு வாழ பழகினேன்...
உன் விருப்பம் அதனை
மறுக்க மனமில்லாமல்..

இத்திருமணம் என்னும் பந்தம்
இறுதி மூச்சு வரை தொடர்ந்திடும்
பந்தமல்லவோ...

அதனையும் இப்படி திணித்தாயே என் வாழ்வில்...
விருப்பமில்லா ஆடவனை என்னுடன் இணைத்தாயே...
இறைவனே...

என் முகம் கூட இதுவரை காண விரும்பாதவனை...
வாழ்க்கை முழுதும் பார்த்து வாழ
சொல்லி அமைத்தது ஏனோ...???

இதனையும் நான் ஏற்று கொண்டு வாழ தானே
ஆயுத்தமானேன்...
ஆனால் அவர்களுக்கு விருப்பமில்லா
நரக வாழ்க்கை எனக்கு
நீ ஏன் பரிசளித்தாய்...

இந்த பரிசை பொக்கிஷமாய் காக்க முடியா பாவையாக
தானே துடி துடிக்கிறேன்...
இப்படி ஒரு வாழ்க்கை எனக்கு அமைந்ததை எண்ணி
என்னை பெற்றவர் வருந்திட கூடாதென தானே...
நடிக்கிறேன்...

நடித்து நடித்து ஒவ்வொரு நாளும்
என் வாழ்க்கையையும் தொலைக்கிறேன்...
அழுது அழுது கண்களில் கண்ணீர் கூட வற்றி போனதே...
உன் மனம் மட்டும் இரங்காதது ஏனோ...
அவன் மன நிலை மாற்றம் தராததும் ஏனோ...
பாவை தானே இவள் என்ற ஏளனம் உன்னிடமும் உள்ளதோ
என் இறைவனே..!!

●

அம்மா என்ற உறவு தந்தவனே...
அன்பில் என்னை
அரவனைத்தவனே....
கவிதையின் நாயகனே...
கற்பனை ஓவியனே....
வாய் திறந்து நீ பேசிட
காத்திருந்த நாட்கள் தான்
எத்துணையடா...??
வீரு கொண்டு நீ சொன்ன கவிதையிலும்...
வலிகள் நிறைந்த உன்
வார்த்தைகளிலும் உடைந்திட்ட கண்ணாடி நானடா...
அதிலும் உன் பிம்பம் பதிக்க.....
புன்னகையை நிறப்பிட செய்தேணடா....
என் பாசம் கொண்டு..

●

தனிமை...
தன்னிகரில்லா
என் துணைவன்....
நண்பனும் இவனே....
பகைவனும் இவனே....
இவன் கற்று கொடுத்தது பல....
அதில் நான்
கற்று கொண்டதோ சில....
அதில் பக்குவம்
நிதானமும் ஒன்றே...

தாயின் கருவறை இருட்டில் என்னோடு துணை வந்தவன்....
இன்று வரையிலும் நான் அழைத்திடும் முன்னே
எனக்காக வருபவன்....
நண்பர்கள் உறவினர்கள் என பலரும் இருக்கையில்
நான் இவனை மறந்து விலக்கி வைத்தாலும்....
இவன் என்றும் என்னை வெறுத்ததில்லை....
தனிமையின் ரசனையில் தான் என் கண்கள் தூவல்
நண்பனுக்கு விரல்களின் வழி என் கற்பனையை
காகித்ததுள் பதித்தேன்...

தனிமையின் அழகில் தான் நிலவின் ஒளியையும்....
மழையின் இசையையும்...
தென்றலின் மிதத்தையும்...
ஏன் வீட்டு அடுப்பங்கரை தாலிப்பின்
தாளத்தை கூட ரசித்து உணர்ந்தேன்...

இவன் இல்லையேல் நானும் சராசரி மனிதனாய்
கணினிக்குள் தொலைந்து போய் இருப்பேன்...
இன்று கவி எழுதி என் தாய் மொழியை போற்றிட உதவியது
இத்தனிமை தானே
போலி மனிதர்களையும்
பொய்யான புன்னகையை யும்... தெரியா வைத்தவன்
இவன் தானே...

உறவுகள் என்னை விட்டு சென்றதும் ...
என்னோடு ஆறுதலாய்
காதலாய் வாழ்பவன் இவன் தான்....
இவனை நானாக ஏற்று கொண்ட போது இனிமையை
மட்டும் தந்தவன் ....

மற்றவர்கள் பரிசளித்த போது ஏனோ வெறுமையை
தந்தான்...
அந்த வெறுமையில் நாட்கள் நகர்வதை கூட மறக்கிறேன்...
என் நொடிகளை எல்லாம் தொலைத்து
வாழ்வையும் இழக்கிறேன்..

அந்த வெருமையில் பித்து பிடித்தவளாய் மாறிடுகிறேன்...
தனிமையின் துணைவன் உடன் இருந்தும்
கண்களின் கண்ணீருக்கு
விடை சொல்ல யாரும் இல்லா
தனி காட்டில்
இருளுக்குள் புகுந்தவளாய்
தவித்திடுகிறேன்...

அந்த தவிப்பில் என்னையும்
தொலைக்கிறேன்....தொலைந்ததில் இருந்து மீள
முடியாமலும்.வாழ்கிறேன்...
அந்த இருளுக்குள் ..
ஒளி கொடுக்கும்
யாரும்
வந்திட மாட்டார்களோ என...

வான மகள் வனத்தின்
வனப்பிணை
மேலும் மெருகேற்றிட.....
தன் காதலை சாலைகளில் வழிந்தோட செய்திருக்கிறாள்
மழையாக...
அதனை பார்த்த குயிலினங்களும் காதல் தூது விடுகிறது
தன் அழகிய இசை கொண்டு...
என் காதலும் பிறந்தது
இதனை கண்ட கண்களின் வழி
கவிதையாக....

●

அம்மா...
வாய் கொண்டு
நான் முதன் முதலில்
சொல்லிட்ட கவிதை...
பல கஷ்டங்களும் கடந்து
உனக்குள் என்னை சுமந்தவளே...
சுமையெல்லாம் எனக்காக மறந்தபடி
புன்னகை த்தவளே...
பூக்களின் வாசம் போலவே
உன் பாசமும் என்றும் மாறா
மனம்(மணம்) வீசிடும் நிலையானது..
வாடிய மலரும் புன்னகைக்குமாமே
அதே போல தானே அம்மா நீயும்...
நோவு வந்த போதும்
எனக்கென்ற தேவைகள் எல்லாம்
பூர்த்தி செய்து கொடுத்தாயே...
உறங்கும் விழிகளில்
கனவு கூட
என் எதிர்காலம் பற்றியது தானே...
உனக்கு இணை என்று
யாரையும்
சொல்லிட முடியுமோ...!!!

●

மரமே...
நீ எங்களின் உயிர் காக்கும்
வரமே..
என்றும் உனக்கு ஒற்றை
கால் கொண்ட
தவமே...
மழையை எதிர்நோக்கி தானோ
விசும்பு நோக்கிய
உன் பார்வை...
மனிதர்கள் யாரையும்
தனக்கு மேலே
உயரமாக வளர
விட மாட்டார்களே...
அதனால் தானோ...

உன்னை அடிக்கடி வெட்டி
வீழ்த்துகின்றனர்...
அழுக்கு நீரை ஊற்றினாலும்
தலையசைத்து புன்னகைத்தபடி
எப்படி உன்னால் மட்டும்
அவர்களுக்கு பழங்களை
பரிசளிக்க முடிகிறது...

அவர்கள் வெளி விடும்
கெட்ட காற்றையும்
நீ உனக்குள் உள் வாங்கி
அவர்களுக்கு தேவையான
சுவாச காற்றாய்
மாற்றி நன்மை தருகின்றாயே...

இருக்கும் வரை யாருக்கும்
அருமை தெரியாதாம்...
உன்னை எரித்து
நிலக்கரி செய்கிறார்கள்...
உன்னை ஒடித்து விறகு என்றும்
அலங்கார வீட்டு உபகரண
பொருட்களாகவும்
மாற்றிடுகிறார்கள்...

இப்படிபட்ட சுயநலம்
கொண்டவர்களுக்கு நன்மை
செய்கிறாயே...!!
உன்னை நினைக்கையில்
ஆச்சரியமாக இருந்தாலும்...

உனக்கு ஈடு இணை இல்லை
என்பதையும்
பல தருணங்களில்
உணர்த்திடுகிறாயே...
நீயே என் இனிய நண்பனே...

●

மழையில் திடீரென உதிர்த்திடும்
வானவில்லாய்...
என் வாழ்விலும் வண்ணம் நிறைக்க
வந்தவளே...
புன்னகைக்கும் நிலா மகளே...
அன்னையாய் பாச மழை பொழிந்து
ஆனந்த மகிழ்ச்சி தந்தவளே...
தாழ்வு மனப்பான்மை கொண்ட
எனக்கும்
தன்னம்பிக்கை என்ற ஒன்றை
கொடுத்து வாழ்வை
உயர்த்திட நினைத்தவளே...
பாலை வனமாய் வரண்டிருந்த
என் வாழ்வை
சோலைவனமாக மாற்றிட வந்த
தேவதையே...

தொப்புள் கொடி உறவுகள் கூட
தர முடியா அன்பினை
தோழி நீ கொடுத்தது
விந்தையிலும்
விந்தையாடி...
நீ எனக்கு கடவுள் கொடித்திட்ட வரமடி

●

உலகில் பேசும் பாசைகள் பல...
பேசாத பாசைகளின் மொழி
கண்ணீருமே...
மனம் கேட்கும் கேள்விக்கு
வார்த்தைகள் கூட மௌனம்
காத்திடும்...
கண்கள் கண்ணீராய்
பதில் அளித்திடும்...

●

வான மகளின் சிறு ஊடலில்
கொட்டும் முரசொலியாக
இடியும் கொஞ்சம்
இடிக்க...

மின்னலும் படம் பிடிக்க
வான தேவதையின்
கண்ணில் பட்ட கள்வன் யாரோ...
என்று தேடி பார்ப்பதற்குள்
மழையாய் கொட்டி தீர்த்தாள்
தன் காதலை...

அவளை ரசித்தவளாக
நானும் ஜன்னலின்
ஓரம் நிற்கையில்
ஏனோ அந்த மழையின்
சாரல்
என்னையும் கொஞ்சம் தீண்டி
போனது ஆசையாய்...
அந்த ஆசையில்.கை நீட்டி
அழைத்திட்டேன்...

மழையே வா
வந்து மண்ணை தொடு
சில நிமிடம் ஆயினும்
நீ வீதிகளில் நனைத்து
போனால் தான்...

என் நிலா மகள்
அதன் வழி
தரை இறங்கி வருவாள்...
வந்து என் வாசலிலும்
குடியிருப்பாள்...
இரவு முழுதும்
அதனை எதிர்பார்த்தவளாக
வாசலில் காத்து நிற்கின்றேன்..
அச்சமயம் தென்றல் என்னை
மெல்ல வருடி
சிந்தையை தூண்டியது...
அந்த சிந்தை கொஞ்சம்
கவிதை பக்கம். ஈர்க்கவும்
செய்கிறது...

இப்போது அந்த மழையின்
சாரல்...
காகிதத்தின்
பக்கம் வந்தடைந்து
கவிதை சாரலாய்
மாறியது...

●

காலை தென்றல் காதோரம்
தீண்டி சொல்லி விட்டு சென்றது
குறுஞ்செய்திக்காக காத்திருக்கும்
என் நட்புக்களின்
தவிப்புகளை...
கொஞ்சம் கண்ணீர் துளியாய் பனி துளியோடு...

●

முட்கள் நிறைந்த என் வாழ்க்கையை...
பூக்கள் கொண்டு
சோலை அமைத்தாயே...
உன் வாசம் எங்கும் பாசமாய் நிரப்பி வாழ்க்கையை அழகுற
செய்தாயே....
தாய் அறியா ரகசியமும்
வலிகளும் நீ மட்டும் அறிந்தாயே...
என் தோழனே...
நீ இன்றி ஏது இங்கு நானுமே...

●

அன்புத்தோழனே...

உயிரற்றுக் கிடந்த போது உயிர் தந்தவன் நீ...
உணர்வின்றி இருந்தபோது உணர்வு தந்தவன் நீ...
கவலையோடு இருந்த போது கண்ணீர் துடைத்தவன் நீ...
விரும்பியதை விருப்பத்தோடு கற்றுக் கொடுத்தவன் நீ...
தாகத்தோடு இருந்த போது தாகம் தீர்த்தவன் நீ...
நீ இருந்தால் போதும் உன் நினைவுகளோடு நான் வாழ்ந்திடுவேன்...
என்றென்றும் உன் நட்பாக...

●

இதயம் இரத்த நாளங்கள் நிறைந்து இருப்பதால்
சிவப்பு வண்ணம் என்று பலரும் சொன்னார்கள்...
ஆனால் அதனை நான் மறுத்தேன்...
காரணம் நீ குடியேறிய வெட்கத்தில் தான்.என் இதயம்
சிவப்பு நிறம் கொண்டது
என்பதனால்....

●

இதயம் என்ற சிறு கூட்டில்
அவனை அடைத்து வைக்க
விருப்பமில்லை..

எனவே நிரப்பி விட்டேன் என் உயிர் முழுதுமாக...

யார் மீது கொண்ட கோபமோ...
இன்று என் வெண்ணிலா
வானம் வரவில்லை....
மாறாக அவளது கண்ணீர் மட்டும்
மண்ணை தொட்டது...
அதில் வந்த வாசனை
எனக்கு உணர்த்தியது
அவள் எதோ கவலையில்
இருக்கிறாள் என...
அந்த கவலை போக்கிட தான்
நட்சத்திரங்களும் அவள் வாசல்
போய் இருக்கிறது என...

●

வான மகள் வனத்தின் வனப்பிணை
மேலும் மெருகேற்றிட....
தன் காதலை சாலைகளில் வழிந்தோட செய்திருக்கிறாள்...
அதனை பார்த்த குயிலினங்களும் காதல் தூது விடுகிறது
தன் அழகிய இசை கொண்டு...
என் காதலும் பிறந்தது.இதனை கண்ட கண்களின் வழி
கவிதையாக....

●

ஒற்றை செடியில் தானே
நாம் இருவரும் பூத்தோம்...
நீ பூத்து
கடவுளின் பாதம் சென்றாய்...
நான் வாடி மண்ணுக்கு
உரமானேன்... இரண்டிலும்
நானே சிறந்தவன்...
என் உரம் பட்டு பூக்கள் துளிர்த்தது...
நீ கடவுளின் பாதம் போனாலும் சில மணிதுளிகளே...
அங்கு குடி இருந்து மோட்ஷமாகிறாயே...
உனை
குப்பையில் எரிந்திட்டு....
மெல்ல மெல்ல வாடுகிறாயே....

●

என்ன இனமடா இப்பெண்ணினம்...
வாழ்க்கை தொடங்கிய முதல்
தாய் தந்தையே உலகமென...
வளரும் போது நட்புக்களும்..
சகோதர சகோதரிகளும் உலகமென...
திருமணம் முடிந்ததும் கணவனே உலகமென...
பின் பிள்ளைகள் என்று எத்துணை உலகம் இவர்களுக்குள்...
விரும்பியும் சில சமயம்
விரும்பாமலும் சில சமயம் என...
பெற்றவர்களுக்காக ஏற்க்கும் மண வாழ்க்கை...
சில நேரங்களில்
அது ரண வாழ்க்கை...
ஆயினும் யார் மனதும் காயப்பட கூடாதென...
தன் மனதையே காயப்படுத்தி கொள்ளும்
இனமே இப்பெண்கள்...

தொலை தூர வாழ்கையில்....
தொலை நோக்கு பார்வை...
முயற்சி என்ற ஏணியில் தூரம் பாராமல் அடைய போகும்
இலக்கை நோக்கினால் வெற்றி நிச்சயம்...

குறையாத வறுமை கொண்டவர்கள் தான் நாங்கள்...
ஆனால் பசியினை எதிர்த்து போராடும்
திறனாளிகள்...
அரை வயிறு உண்டாலும் மற்றவர்களின் பசி போக்குவதில்
வல்லுவர்கள்...
ஏனெனில் நாங்கள் பசி உணர்ந்தவர்கள்...

●

கேட்பாரற்று கிடப்பவர்
கேட்கவில்லை என்று
சொல்லுவது மடத்தனம்...
காலை முதல் ஏங்கிய
விழிகளுக்கு
விடை சொல்ல யாருமில்லாத போது
செவிகளும் கொஞ்சம்
முடமாகியது...

●

அவன் வாடிய போதும்
விட்டு கொடுக்க மனமில்லை...
எனவே மொத்தமாய்
என்னுள் அவனை
நிரப்பி கொண்டேன்...
இப்போது நாங்கள்
இருவர் அல்ல..
ஒருவர் என்பது போல...

●

கண்களின் வலிகள் எல்லாம் என் வார்த்தைகள் பேசுமடி.....
காத்திருந்து பேசும் உன் வார்த்தையில் தான் என் ஏக்கம் கூடுதடி....
கிளிஞ்சல்களின் கூச்சலாய்
ஏக்கத்தின் கூச்சல் எனக்குள்ளே...
கீழிறங்க மனமில்லா
கண்ணீரோ கண்களுக்குள்ளே...
கெட்டதேன ஒதிக்கிட முடியா நெஞ்சோ தவிப்பினிலே...
கேடு செய்தது யாரென்று குலம்புதடி
புத்தியும் இங்கே...
கை பிடித்து கூட்டி போவனோ மாறன் எங்கே....
கொடையாய் என்னை அள்ளி தரும் முடிவே என்னுள்...
கோடு போட்டு தடுத்திட முடியா அலையும் உண்ணுள்...
கௌரவம் மட்டும் வேண்டாமடா என்றும் நமக்குள்...

கோவத்தில் சிவந்த என்னவனுக்கு....
அவனின் கோவ இதழின்
நிறத்தே மலர்ந்த
மலரை பரிசாக கொடுத்தும்
குறையவில்லை....
அந்த கோவக்க்காரனின் கோவம்.

●

நிலவே உன் சோகத்தை
பகிர்ந்திட பல சொந்தங்கள்
நட்சத்திரங்களாய்..
ஆனால் நானோ தன்னந்தனி சூரியனாய்...
சொல்லி அழ கூட
யாருமில்லாமல்...
ஆனால் தனிமைக்கு
துணை சேர்க்கின்றனர் உன்னை மட்டும்...
பகலின் சூட்டில் வெந்துருகும்
என்னை ஏனோ வசை பாடுகின்றனர் பலரும்...

நீ கரு மேகத்தில் வளம் வருகிறாய்...
இங்கு என் கரு மேகம் இருள் நிறைந்த வாழ்க்கையாக அல்லவா
இருக்கிறது...
மேகங்கள் சேர்த்து வைத்த நீராய்...
நானும் எனக்குள் ஆயிரம் சோகங்களை கண்ணீரால் மறைத்து வைத்து இருக்கிறேன்...

●

நிலவே...
உன் நிறத்தை யார் பிடிங்கி வெள்ளை
நிறம் கொடுத்தாரோ...
நானும் வண்ணம் மிகுந்த வண்ணத்துப் பூச்சியாய் உலா வர
யார் கண் பட்டதோ...
தாலி என்னும்
வேலி அமைத்து அதற்குள் என்னை அடைத்து...
மன்னவன் மறைந்ததும்
வண்ணத்தை பிடுங்கி
இந்த வெண்மையை
பரிசாக கொடுத்து
எந்தன் பெண்மையை சிறகொடித்து விட்டனர்...
நீ வெள்ளை உடையில் உலா வர
ரசிக்கும் இவர்கள்..

என்னை கண்டதும்
முகம் சுளித்து போவது
வேதனையடி...
அடுத்த பிறவி யேனும்...
வண்ணமிகு பூச்சியாக...
படைத்திட தானே
மன்றாடுகிறேன்...
இறைவனிடம்...

நிலவே உன் பிறை முகம் கண்டே...
உன்னை ரசித்து விழுந்தவன்...
முழு நிலவையும்
காட்டி மொத்தமாய் என்னை உன்னுள் புதைத்தாயே...
இரவு மட்டும் உன் தரிசனம் தருவதால் தானே...
நான் இரவு என்பதில் கண் உறங்காமல் உன்னை பார்க்க தவம் கிடக்கிறேன்...
பகல் முழுதும் ஏக்கம் கொடுத்து காத்திருக்க செய்கிறாயே....
ஆனால் அந்த காத்திருப்பும் இணிக்குதடி...
உன் முகம் கண்டு எல்லாம் மறக்குதடி...
அந்த மறதியிலும்
சில கவிகள் பிறக்குதடி....
அந்த பிறப்பிற்கு உயிர் கொடுப்பதும்
நீ தானே என் நிலவே...